குலகௌரவம்

சிறுகதைகள்

கெ.ஜி. ஹரிஹரன்

Copyright © K G Hariharan
All Rights Reserved.

எல்லாச்

சூழ்நிலைகளிலும்

எனக்கு

உறுதுணையாய்

நிற்கும்

என் மனைவி

மற்றும் மக்களுக்கு

இச்சிறுகதைத்

தொகுப்பு

பொருளடக்கம்

அணிந்துரை

இந்த நூலின் ஆசிரியர் கெ.ஜி..ஹரிஹரன் எனக்கு நன்கு அறிமுகமானவர். சென்னையிலுள்ள எங்கள் பல மாடிக் குடியிருப்பில்தான் அவரும் வசிக்கிறார். பழகுவதற்கு இனியவர், பண்பாளர்..என் இனிய நண்-பர்.. இவர் ஆங்கிலம், மற்றும் தமிழ் இலக்கியங்களில் மிக்க ஈடுபாடு கொண்டவர். மேலும் அரசியல், சினிமா. விளையாட்டு, சரித்திரம் போன்ற துறைகளி-லும் நல்ல கேள்வி ஞானம் உண்டு. அடிப்படையில் இவர் ஒரு பொறியியல் வல்லுனர்.

ஏற்கெனவே வெளியான இவரின் படைப்புகள் அனைத்தையும் படித்து ரசித்திருக்கிறேன்.

இந்தக் கதைகள் பதினொன்றையும் ஒரே மூச்சில் படித்து முடித்தேன். அதில் சிலவற்றை இப்பொது பார்க்கலாம்.

முட்டல் மோதல் காதல்: முட்டலில் ஆரம்பித்து மோதலில் தொடர்ந்து காதலில் முடிகிறதா இல்லையா? படித்துத் தெரிந்துக்கொள்ளுங்கள்

வல்லவன்: பல நாள் திருடன் ஒரு நாள் அகப்ப-டுவொன். கதையின் முடிவு சிறிது வித்தியாசமானது.

போதுமா, இன்னும் வேணுமா: இல்லறம் நல்ல-றமாக வேண்டுமென்றால் எது தேவை. ஒரு தனிப் புத்தகமே எழுதலாம். அவ்வளவு வேண்டாம். இந்தக் கதையின் நாயகனைக் கேளுங்கள்.

மேலும் எட்டு கதைகள், முத்தாய்ப்பாக அதாவது பன்னிரெண்டாவது,. சொல்லபோனால் பிரதானமாக அமைந்துள்ளதுதான், இந்தக் குறு நாவல்.

குலகௌரவம்:: இது ஒரு குறு நாவல். கதைத் தொகுப்பின் மகுடமென்றே சொல்வேன்.

சுமார் இருநூறு ஆண்டுகளுக்கு முன்பு நடந்ததா-கச் சொல்லப்படும், சிறிது உண்மை கலந்த கற்பனைக்

கதை. நாட்டாசைப் பிடித்த பிரிட்டிஷாருக்கு எதிராக ஒரு குருநில மன்னர் நடத்தும போராட்டம்.

போரில் ஜெயிக்க முடியாத மன்னரைக் கவிழ்க்க ஏவப்படும் அயல் நாட்டு அழகியின் சாகசங்கள் பலவற்றைக் காணலாம். ஆன்மீகம், பண்பாடு பணிவு, வீரம், கற்பு போன்ற குணநலன்கள் கொண்ட நம்மவர்களை இதில் சந்திக்கலாம். கதையின் முடிவுக் காட்சிகள் வாசகர்களை மெய் சிலிர்க்கவைக்கும்.

திரைப்படமாக, அனைத்து இந்திய மொழிகளிலும் தயாரிக்க உகந்த, தேசீயக் கண்ணோட்டம் மிகுந்த கதை இது.

என் நண்பரின் இந்தச் சிறுகதைகள் வாசகர்களிடையே நல்ல வரவேற்பைப் பெறுமென்பது உறுதி.

அன்பன்
C.சுப்பராயன்

இந்நூலாசிரியரைப்பற்றி

பதினோரு சிறு கதைகள், மேலும் ஒரு குறு நாவல் அடங்கிய இந்தத் தொகுப்பின் ஆசிரியர் பெயர் கெ.ஜி.ஹரிஹரன். கமிழ் மற்றும் ஆங்கில மொழிகளில் எழுதும் வல்லமைப் பெற்றவர். ஏற்கெனவே தமிழில்" இதுவன்றோ வாழ்க்கை" என்கிற தலைப்பில் இவரு-டைய நாவல், சென்னை மணிமேகலை பிரசுரத்தாரால் வெளியிடப்பட்டுள்ளது. தற்சமயம் மற்றுமொரு தமிழ் நாவலையும் தன்னுடைய சுயசரிதையை ஆங்கிலத்தி-லும் வடிவமைத்துக்கொண்டிருக்கிறார்.

கேரளத்தில் பிறந்த இவர் தனது மூன்றாம் வயதில் பெற்றோர்கள் மற்றும் உடன்பிறப்புகளுடன் திருச்சிக்கு இடம் பெயர்ந்துள்ளார். வளர்ந்தது படித்தது அனைத்-தும் அங்குதான். பொறியியல் படிப்பு மும்பையில் தொடர்ந்தது. சென்னை அடிசன் கம்பெனியில் சில-காலம் பணியில் இருந்தபிறகு திருச்சி பாரத மிகுமின் நிலையதில் (BHEL) சேர்ந்தார். கம்பெனி அசுர வளர்சசி அடைய தானும் பதவி, பொறுப்புகள் மற்றும் மணவாழ்க்கையிலும் உயரத்தைத் தொட்டார். பணியி-லிருக்கும்போதே வெளிநாடுகளில் தொழிற்பயிற்சி, இந்-தியாவின் பல பகுதிகளுக்கு பணி மாற்றம் ஆகிய-வற்றை கடந்து வந்திருக்கிறார்.

பணி ஓய்விற்குப் பிறகு சென்னையில் நிரந்தரமாகத் தங்கிவிட்டார், மனைவி, மக்கள், பேரன்பேத்திகள் ஆகியோரின் உறுதுணையுடன்.

இவரை தொடற்புகொள்ள:

கைபேசி எண்: +91 9840816038 mail id: harikavalap@yahoo.co.in

முட்டல், மோதல், காதல்

கெஸ்ட்ஹவுஸ் பங்களா வாட்ச்மேன், ராஜுவிடம் சொன்னான்.

"முதலாளியின் மகள் வருகிறாள். கேட்டில் கொஞ்ச நேரம் இரு. இதோ டீ குடித்துவிட்டு சீக்கிரம் வந்துவிடுகிறேன்..அவுங்க வந்துவிட்டால், பிறகு எங்கும் நகரமுடியாது".

ராஜு கேட்டைத் திறந்துவிட ஒரு கார் உள்ளே வந்து போர்டிகோ சென்றடைந்தது. டிரைவர் உதவியுடன் இளம்பெண் சாமான்களை இறக்கியபின் கார் சென்றுவிட்டது.

"வாட்ச்மேன்.., சாமான் எல்லாத்தையும் உள்ளே கொண்டு வை"

"மேடம், நான் பக்கத்துப் பங்களாக்காரன், என்னைப்போயி வேலை வாங்கிறீங்களே."

பெட்டியை எடுக்கக் குனிந்தபோது இருவர் தலைகளும் முட்-டிக்கொண்டன. கண்களும்தான்..

"ராஜு. ., பெயிண்டிங் வேலையை பாதியில் நிறுத்திவிட்டு இங்கே வந்து என்ன பண்றே?"

மேஸ்திரி அதட்டினார். அடுத்துள்ள பங்களாவுக்கு பெயிண்-டிங் காண்டிராக்ட் எடுத்திருந்தார். சொன்ன டயமுக்கு வேலையை முடிக்கவேண்டுமே என்கிற கவலை அந்த மேஸ்தி-ரிக்கு.

"செங்கமலம், சாமான்களையெல்லாம் உள்ளே வைத்தாகி-விட்டதா?'

அப்போதுதான் வந்த முதலாளியின் மகள் கேட்டாள்.

”வெறும் வேலைக்காரிதானா நீ, ஆனாலும் ஓக்கே”.

”சீ, நீ ஒரு பெயிண்டரா? பரவாயில்லை கையியில் ஒரு தொழில் வைத்திருக்கிறாயே. எனக்கு ஓக்கே

ஒருமித்த எண்ணங்களின் சங்கமத்தால் அங்கு ஒரு காதல் மலர்ந்தது.

வல்லவன்

முத்துராஜ், ஒரு வீடு புரோக்கர. உபதொழில், இரவு நேரங்களில் வீடு புகுந்து திருடுவது. மிக அளவோடு அதிக பாதுகாப்புடன் தொழில் சென்றுகொண்டிருந்தது. விஷயம் தெரியாத அக்கம்-பக்கதாரிடையே முத்துராஜுக்கு நல்ல பெயரும் மதிப்புமுண்டு. முந்தய இரவு அலைச்சல் காரணம் அயர்ந்து தூங்கிக்கொண்டி-ருந்தான்.

இரண்டு ஜோடி தங்க வளையல்களை மறைவிடத்திலிருந்து கண்டுபிடித்த மனைவி, தன்னிடமிருக்கும் கவரிங் வளையல்க-ளுடன் அவை பொருந்தியிருப்பதைக் கண்டாள். வளையல்கள் இடம் மாறின.

முத்துராஜ், எங்கோ சென்றவன் நொந்துபோய் வீடு திரும்-பினான். தங்க வளையல்களை விற்கச் சென்ற இடத்தில்தான் அவைகள் போலி என்பது வெளிச்சமாயிற்று. வெறுப்பு மேலிட்டு வளையல்களை வரும் வழியில் சாக்கடையில் வீசி எறிந்தான்.

அன்று மாலையே போலீஸ், மோப்பநாயுடன் வந்தது.

விசாரணையின்போது, முந்தயதினம் அந்த வீட்டுக்குச் சென்-றதையும் வீட்டுக்காரரிடம் வாடகையைப்பற்றிப் பேசியதையும் பதற்றமின்றி நிதானமாக விவரித்தான். போலீஸ் மோப்பநாய்க-ளின் திறமையை அதிகமாக நம்பாத இன்ஸ்பெக்டர், புறப்படத் தயாரானார்.

திமிறிய போலீஸ் நாய், தடாலடியாகப் படுக்கையறைச் சென்று, அங்கிருந்த முத்துராஜ் மனைவியின் பெட்டியைப்

பிராண்டத்தொடங்கியது. பெட்டி சோதனைக்குள்ளானது.

தடயம்

புற்கள் நிறைந்த வெட்டவெளியில் ஒரு இளம்பெண்ணின் பிணம். கூடியிருந்த மக்களை போலீஸார் கட்டுப்படுத்திக்கொண்டிருந-தனர்.

துப்பறியும் துரைசிங்கத்தின் இரு உதவியாளர்கள், புகைப்படம் எடுப்பது, மக்களிடம் பேச்சுக் கொடுப்பதென ரொம்ப பிஸி. சிரத்தையின்றி கேஷுவலாக இருந்தார் துரைசிங்கம்

கிளம்பத் தயாரானது துப்பறியும் படை. சட்டென்று குனிந்து, நன்றாக வளர்ந்திருந்த புற்கள் சிலற்றை பறித்தபின் அவைகளை சேகரித்துக்கொண்டு முன்னால் நடக்கத் துவங்கினார் துரைசிங்-கம்.

"ஆஹா, தலைவருக்குத் துப்புக் கிடைத்துவிட்டது". வியந்த-படி பின் தொடர்ந்தனர் உதவியாளர்கள்.

மெயின்ரோட்டை அடைந்த துரைசிங்கம், புல்கட்டை உபயோகித்துத் தன் பூட்ஸ் காலில் ஒட்டியிருந்தச் சேற்றைத் துடைத்தெறிந்தபின் காரில் சென்றமர்ந்தார்.

உதவியாளர்கள் வெறுத்துப்போனார்கள்.

பணி ஓய்வுக்குப்பிறகு வாழ்க்கை

"இப்போது நீங்கள் ரிடையராகிவிட்டீர்கள். நேரம் போக்குவதற்-கும், அதே சமயம் கொஞ்சம் பணம் சம்பாதிப்பதற்கும் ஏதாவது திட்டம் உண்டா?"

தங்கள் வீட்டுக்கு முன்பாக அமைந்திருந்த தோட்டத்தில், ஒரு மாலைப் பொழுதில் மடக்கு நாற்காலிகளில் அமர்ந்தபடி பேசிக்கொண்டிருந்தனர் வெங்கட், சுமதி தம்பதியர். அப்போது-தான் இந்தக் கேள்வியை சுமதி தன் கணவனிடம் கேட்டாள்.

அடுத்து என்ன செய்யலாம் என்பதைப்பற்றித்தான் அவர்-களின் பேச்சு தொடர்ந்தது. பல யோசனைகள் சொல்லப்பட்டு அவைகள் ஆராயப்பட்டன.

அப்போதுதான் ஒரு கார் அவர்கள் வீட்டுக்கு முன்புள்ள சாலை வழியைக் கடந்து சென்றது. அது ஓட்டுநர் பள்ளியைச் சேர்ந்தொரு கார். அதைப் பார்த்த சுமதி சந்தோஷத்தில் துள்-ளினாள்.

"ஒரு அருமையான யோசனைக் கிடைத்துவிட்டது. கார் ஓட்டுனர்ப் பள்ளியொன்றை தொடங்குவோம். நம்மிடம் ஏற்கெ-னவே கார் இருக்கிறது. உங்களுக்குக் கார் டிரைவிங், அதோடு மெக்கானிசமும் நன்றாகத் தெரியும். வாகனச் சட்டத் திட்டங்க-ளும் அத்துப்படி.

நீங்களே ஆசிரியராக மாறி மற்றவர்களுக்குக் காரோட்டக் கற்றுக் கொடுக்கலாம். பிசினஸ் பிக்கப்பானதும் இன்னும் கார்களை வாங்கி, சொல்லிக்கொடுக்க நிறைய டிரைவர்களை அமர்த்திவிடலாம். கார்களை நிறுத்த நம் காம்பவுண்டில் நிறையவே இடம் இருக்கு".

மனைவியின் குதூகலம் கணவனையும் தொற்றிக்கொண்டது.

"ஆஹா, உன் பிளான் பிரமாதம். உனக்கு நல்ல பிசினஸ் மூளையிருக்கு. கார் ஓட்டக் கற்றுக்கொள்ள நிறைய பேர் வருவார்கள். அதிலும் வீட்டு மனைவிகளும் இளம்பெண்களும் ரொம்பவே ஆர்வமாக இருக்கிறார்கள்".

"என்னது.., பெண்களா? ஒன்றும் வேண்டாம். ஆண்களுக்கு மட்டும் நீங்கள் டிரைவிங் சொல்லிக்கொடுத்தால் போதும்."

முகத்தை முறுக்கியபடி நாற்காலியை மடக்கி தன்னோடு எடுத்துக்கொண்டு வீட்டுக்குள் சென்றுவிட்டாள் சுமதி.

வெகு நேரம் வெங்கட் காத்திருந்தான், வழக்கமாக மாலை வேளையில் சுமதி தரும் காப்பிக்காக. காப்பி வராது என்பதை அவன் புரிந்துகொள்ளவில்லை...

உங்களுக்குப் புரிந்ததா?

முற்பகல் செய்யின்...

காலை நேரம். வேலைக்காரி தனத்துக்கு அன்று செமவேலை. முன்தினம் புழுதிக் காற்று அடித்திருந்தது. பங்களா முழுவதும் கூட்டியதோடு, தரையையும் சுத்தமாகத் துடைத்து முடித்தாள். இனி பத்துப் பாத்திரங்கள் தேய்க்க வேண்டும். களைப்பாக இருந்ததால் வரவேற்பு அறையின் மூலையில் இருந்த நாற்கா- லியில் அமர்ந்தாள்.

திடீரென ஒரு இடி முழக்கம்.

"ஏய் வசந்தா! இங்கே பார்",

டிரசிங் டேபிளின் முன் அமர்ந்திருந்த வீட்டு முதலாளியின் மனைவி வசந்தா திரும்பிப் பார்த்தாள்.

"கொஞ்சங்கூட மரியாதையில்லாமல் கால்மேல கால்போட்டுக் கொண்டு உக்காந்திருக்கா பார்"

மகா கோபக்காரரான வீட்டு எசமான் சுந்தரம் தன்முன்னே நிற்பதை அப்போதுதான் கவனித்தாள் தனம். வாஸ்தவத்தில் நாற்காலியின் நுனியில்தான் தனம் அமர்ந்திருந்தாள்

அப்புறம் என்ன? வேலையை விட்டு நீக்கப்பட்டாள் தனம்.

பிற்பகல் நேரம்.

"காப்பிக்காக வைத்திருந்த பால் திரிந்துவிட்டது. இதோ, இப்- பவே போய் பால் வாங்கி வருகிறேன்."

அவசரமாக வெளியே சென்றார் சமையற்காரர்.

சுந்தரத்துக்கு, ஆடிட்டரை நேரில் சென்று பேச வேண்டிய அவசியமும் அவசரமும் இருந்தது. சர்வீஸுக்கு சென்ற கார் இன்னும் திரும்பவில்லை. டிரைவர் பட்டரையிலேயே பழிகிடந்தார். மற்றொரு காரை வழக்கத்தைமீறி மகள் காலேஜுக்கு எடுத்துச் சென்றுவிட்டாள்.

கோபாவேசத்துடன் வீட்டைவிட்டு வெளியே வந்து மெயின் ரோட்டை அடைந்தார் சுந்தரம். ஆட்டோ, டாக்சி ஏதும் காணோம். காலையில் பேப்பரில் படித்தது அந்த கோபத்திலும் ஞாபகத்துக்கு வந்தது. 'பெட்ரோல், டீசல் விலை உயர்வை எதிர்த்து ஆட்டோ, டாக்சி வேலை நிறுத்தம்'.

அதிகப் பயணிகள் கூட்டம் இல்லாத பஸ் ஒன்று அவர் அருகில் வந்து நின்றது. அட! இந்த பஸ் போகுமே, சட்டென்று ஏறிவிட்டார். காலியாக இருந்த இருக்கை ஒன்றில் அமர்ந்தும்விட்டார்.

அடுத்த ஸ்டாப்! மேலும் பலர் பஸ்ஸில் ஏறினர். கண்டக்டரின் கணீரென்ற குரல்.

"யாரையா அது, பொம்பளைங்க சீட்டுலெ ஓக்காந்துக்கிட்டு. லேடிஸ் நிக்கிறாங்களே தெரியலெ! மரியாதை தெரியாத மனுசங்க!"

தனக்குதான் இந்த டோஸ் என புரிந்துகொள்ள சுந்தரத்துக்கு சில வினாடிகள் பிடித்தன. இருக்கையை விட்டு எழுவதற்கு முன், யாருக்காக நாம் எழுந்திருக்கிறோம் என அறிந்துக்கொள்ள அந்த பெண்ணின் முகத்தைப் பார்த்தார் சுந்தரம்.

அந்தப் பெண்..., மாஜி வேலைக்காரி தனம்!!

நெத்தியடி

ரயில் ஏறுவதற்கு முன்னால் பாக்கெட்டிலிருந்த பர்ஸ் இப்போது மிஸ்ஸிங். இடித்துத் தள்ளிக்கொண்டு இறங்கிப்போனவனின் வேலையாகத்தானிருக்கும்.

"டீ குடிக்கும்போது விளையாட்டாக போனில் ரயிலைப் படம் பிடித்தேன். ஜன்னலோரம் அவன் உட்கார்ந்திருப்பதைப் பாருங்-கள்"

ரயில்வே போலீஸ் இன்ஸ்பெக்டரிடம் முறையிட்டான் ராக-வன். போட்டோ படத்தைப் பார்த்த இன்ஸ்பெக்டருக்கு அவனை அடையாளம் தெரிந்துவிட்டது.

"திருந்தி வாழ்கிறானென்று நம்பினோம் இந்த ராசையாவை. கவுத்துவிட்டானே", வருத்தமானார் இன்ஸ்பெக்டர்.

பிளாட்பாரா டிக்கடை முதலாளி கையில் பர்ஸுடன் வந்தார்.

"அட, நீங்கள் இங்கே இருக்கீங்களா. போன் பேசற பிஸி-யிலே டிக்கு காசை கொடுத்த பிறகு, பர்ஸை கவுண்டரில் விட்-டிட்டிங்களே. காவல் துறையிடம் ஒப்படைக்கலாமென வந்தேன்."

அதே சமயம் சாதாரண உடையில் வந்த கான்ஸ்டபுள், இன்ஸ்பெக்டருக்கு சல்யூடடித்தபடி சொன்னார்.

"நம்ம ராசையா, தன் பெண்டாட்டியைப் பிரசவத்துக்காக ஊருக்கு ரெயிலில் அனுப்புவதைப் பார்த்தேன் ஐயா!

மானசீகமாக ராசையாவிடம் மன்னிப்புக் கேட்டுக்கொண்டான் ராகவன்.

லொள்ளு

கூட்டநெரிசல் மிகுந்த சென்னை தி.நகர் கடைவீதிக்கு நீங்கள் காரில் சென்றால் தொலைந்தீர்கள். வண்டியை நிறுத்த இடம் கிடைப்பது துர்லபம். ஆனாலும், சில பெரிய வர்த்தக நிலையங்கள் வாடிக்கையாளர்களின் வசதிக்குக் கார்ப்பார்கிங் இடத்தை கடைக்குப் பின்னாலேயே வைத்திருப்பார்கள்.

இது நம் மூர்த்திக்குத் தெரியாதா என்ன? அவன் அது போன்றதொரு வசதியுடங்கூடிய கடையினுள் சென்றான். தேவைப்பட்ட பொருள் அங்கே ஸ்டாக்கில் இல்லாததால் ஒன்றும் வாங்காமல் வெளியே வந்தான். வேறு கடைக்குப் போய் வாங்கலாமென்ற எண்ணத்துடன் சாலையை அடைய முற்பட்டான்.

செக்யூரிட்டி ஆள் இருகைகளையும் அகல விரித்தபடி மூர்த்தியைத் தடுத்து நிறுத்தினான்.

"சார்.., எங்கே போறீங்க? உங்க காரை வெளியே எடுங்க. எங்க கடையில் பொருள்கள் ஒன்றும் நீங்கள் வாங்கவில்லை. காரை இங்கெ நிறுத்திவிட்டு வேறு கடைக்குப் போகும் எண்ணமா? முடியாது".

"என்ன கடையா உங்களுது. எனக்குத் தேவையானதுக் கிடைக்கவில்லை. வேறு கடைக்குப்போய் வாங்கினதுக்குப் பிறகு காரை எடுக்கிறேன்."

"முடியாது. வாங்க மானேஜரிடம் பேசிக்கொள்ளுங்க"

இருவரும் கடையினுள்ளே சென்றனர். மானேஜரிடம் செக்யூரிட்டி விவரத்தைச் சொன்னான். மானேஜர் கடுப்பானார்,

"சார், உங்களைப் பார்த்தால் படிச்ச ஆள் மாதிரித் தெரி கிறது. செக்யூரிட்டியுடன் ஒத்துழைத்து அவர்களின் கடமையைச் செய்யவிடுங்க. லொள்ளு பண்ணாம உங்க காரை வெளியே எடுக்கறீங்களா."

அங்கிருந்த வாடிக்கையளர்களும் சில சேல்ஸ்மென்களும் இந்த விவகாரத்தில் ஆர்வம் காட்டத்துவங்கினர். மூர்த்தி மசிய வில்லை.

"எடுக்க முடியாது.., ஏனென்றால் நான் காரில் வரவில்லை. வீட்டிலேயே அதை விட்டு, பஸ்ஸில் வந்தேன். ஆள் மாறாட்டம் காரணம் அப்பாவியான நான் பிடிபட்டேன். உங்கள் ஆட்களிடம் மிகவும் விழிப்புணர்ச்சியுடன் இருக்கச் சொல்லுங்கள். இனி நான் போகலாமா?

இதைச் சொல்லிவிட்டு மூர்த்தி வெற்றிகரமாக வெளியேறி னான். இந்தச் சிறு நாடகத்தை காணக் கூடிவிட்டோரிடையே பலத்தச் சிரிப்பொலி எழுந்தது. வாஸ்தவத்திலும் மூர்த்தி தன் காரைக் கொண்டு வரவில்லைதான்.

சிறிது நேரம் லொள்ளு பண்ணுவோமே என்கிற எண்ணத் தில்தான் அவ்வாறு நடந்துக்கொண்டான்.

அனுபவம் பேசுகிறது

டெல்லி- சென்னை ஜிடி எக்ஸ்பிரஸ், இட்டார்ஸி ஜங்ஷனில் வந்து நின்றது. அதில் நானும் ஒரு பயணி. எனக்கு டெல்லியில் வேலை. பெண்டாட்டி பிள்ளைகளை ஏற்கெனவே கோடை விடு-முறைக்குச் சொந்த ஊரான திருச்சிக்கு அனுப்பியிருந்தேன். அவர்களுடன் நானும் சேர்ந்து சிறிது நாட்கள் ஊரில் இருந்து-விட்டுப் பிறகு எல்லொருமாக டெல்லி திரும்பவேண்டும்.

சக பிரயாணிகளில் குறிப்பிட்டுச் சொல்லும் வகையில், ஒரு சேட்டுக் குடும்பம். நிறைய உருப்படிகள். சென்னை சௌக்கார்ப்-பேட்டையில் ஷாதி. அதற்காகச் சென்னை செல்கிறார்கள். குட்-டிப்பயல் ஒருவன் தெரிவித்தான்.

ஆஹா, இவர்கள் பயணத்தை என்னமாய் அனுபவிகிறார்கள். ஒரே ஆட்டம்பாட்டம்தான், முக்கியமாக வழிநெடுக தீனி. பளப-ளக்கும் ஸ்டீல் மற்றும் செப்புச் சம்படங்களில் எத்தனை வகை-யான சாப்பாட்டு ஐடங்கள். ஜிலேபி, பூரி, சப்பாத்தி, சமோசா, புலாவ், சப்ஜி, குருமா, ராஜஸ்தான் வெற்றிலை, வாசனைப் பாக்கு, சோம்பு, கல்கண்டு ஆகிவைகள் நேரத்துக்கேற்ப, புற்றி-லிருந்து கிளம்பும் ஈசல்கள் போல புறப்பட்டன.

ஒரு பிச்சைக்காரச் சிறுவன், சுமார் பன்னிரெண்டு வயதி-ருக்கும். ஜன்னலருகே இரு கைகளையேந்தியபடி பரிதாபமாக நின்றுகொண்டிருந்தான். அன்னலஷ்மியாகத் திகழ்ந்த குடும்பத் தலைவி, சம்படத்திலிருந்து இரண்டு அகப்பை புலாவை ஒரு தடுக்கு இலையில் போட்டு அவனிடம் கொடுத்தாள்.

மிகுந்த பசியுடன் காணப்பட்ட அந்தச் சிறுவன் உணவை அள்ளி அள்ளித் தின்பதைக் கழிவிரக்கத்துடன் பார்த்தாள் அந்தப் பெண்மணி.

புறங்கையால் வாயைத் துடைத்துக்கொண்டசிறுவன் திடீ-ரென்று வயிற்றை இரு கைகளால் பிடித்துக்கொண்டபடி மடேர்-ரென்று தரையில் சாய்ந்தான். கையும் காலும் விலுக் விலுக்-கென வெட்டிக்கொண்டன. வாயில் நுரை தள்ளியது.

கூட்டம் கூடிவிட்டது. "மேரா பேட்டா" என கதறியபடி ஒரு பெண் ஓடிவந்தாள். சிறுவனைத் தூக்கி மடியில் போட்டுக்-கொண்டு ஒப்பாரி வைத்தாள்.

ஒரு போலீஸ்காரரும் அங்கே பிரசன்னமானார். விசாரணை துவங்கியது.

"இவங்கதாங்க ஏதோ சாப்பிடக் கொடுத்தாங்க, இப்படியாயி-டிச்சு".

கூட்டத்தில் ஒருவன் சாட்சி சொன்னான்.

"இதைத்தான் நாங்களும் இப்போது சாப்பிட்டோம். வீட்டிலே பிரஷ்ஷாக தயார் செய்தது. கோளாறு ஒண்ணும் இல்-லேங்கோ".

தன் பிள்ளைகளை முன்நிறுத்தி சேட்ஜி புலம்பினார்.

"அதெல்லாம் யார் கண்டாங்க கெட்டுப்போனப் பண்டமாயி-ருக்கும், நஞ்சாக மாறிடிச்சு.

நீங்கள் வேண்டுமென்று செய்யவில்லைதான். என்ன பண்ண-றது, இப்போ கேஸ் ஆயிடிச்சே"

போலீஸ்காரர் தன் உத்தியோகத் தோரணையைக் காட்டத் துவங்கினார்.

"சாப்பாடு கூடையை எடுத்துக்கிட்டு வண்டியையிட்டு இறங்கி வாங்க. உடனடியா இந்தப் பையனுக்கு சிகிச்சை ஏற்பாடு பண்-ணனும். உணவை லேப் டெஸ்டுக்கு அனுப்பணும். பையன் பொழச்சுக்கிட்டா அது உங்கள் அதிர்ஷ்டம். இல்லைன்னா.

சேட்ஜியின் மொத்த குடும்பமும் பேச்சிழந்து சிலையானது. .

வண்டி புறப்படப் போகிறது என்பதை அறிவிக்கும் வகையில் முதல் மணி அடித்தது,

"ஐய்யோ, நான் என்ன செய்வேன். யாராவது எடுத்துச் சொல்லுங்கோயா."

சக பயணிகளை நோக்கி சேட்ஜி கை கூப்பி வேண்டுதல் விடுத்தார்.

என்னுள்ளிருந்த ஆபத்பாந்தவன், அநாதை ரட்சகன் சிலிர்த்தெழுந்தான்.

"ஆமாம். சேட்ஜி சொல்வதெல்லம் நிஜம். ஆரம்பம் முதலாகவே எல்லாவற்றையும் பார்த்துக்கொண்டுதான் இருக்கிறேன்."

"அப்படங்களா சார், சரி, நீங்களும் வாங்க ஸ்டேஷனுக்கு"

என்னையும் பிடித்துக்கொண்டால்! ஐய்யோ சாமி, நானில்லை. பொண்டாட்டி பிள்ளைகள் எனக்காக ஊரில் காத்துக்கொண்டிருக்கிறார்கள். பொங்கி எழுந்த ஆவேசம் அதே வேகத்தில் புஸ்ஸென அடங்கிப் போயிற்று.

"பாவங்க சேட்ஜி, குடும்பதோட நெடுந்தூரம் பொயிட்டிருக்காரு. ஒரு ரெண்டாயிரம் ரூபாய் கொடுத்துவிடட்டும். வைத்தியச் செலவுக்கோ கருமாதிக்கோ ஆவும்."

கூட்டத்தில் ஒருவன் யோசனை சொன்னான்.

ஆஹா, இப்போது புரிகிறது. எல்லாம் கூட்டுச்சதி. போலீஸ்காரருமா இதற்கு உடந்தை?

ஆயிரத்து இருநூறு ரூபாயில் பேரம் படிந்தது. "மேரா பேட்டா", என கதறிய பெண் இப்பொது "பனம் இவ்வளவுதானா" என அரற்றினாள். கற்றைப் பண நோட்டுக்களை ஜாக்கெட்டினுள் செருகிக்கொண்டாள்.

சில நாட்களுக்குப் பிறகு...

மனைவி மக்களுடன் டெல்லி திரும்பிக்கொண்டிருந்தேன். அதே இட்டார்சி ரயில்வே ஜங்ஷனில் வண்டி நின்றுவிட்டு பிறகு புறப்பட்டது.

"சாதம் மிஞ்சிவிட்டது. பொட்டத்தை வெளியே ஏறிந்துவிடவா? இடத்தைச் சுத்தம் செய்யவேண்டும். பசங்க தூரங்கியாடராங்க

"ஐய்யோ.., இப்போது வெளியே போடாதே. வண்டி வேகம் பிடிக்கட்டும்.

லபக்

பிரத்தியேக அறையிலிருந்த நகைக்கடை முதலாளி, சிசிடிவி ஸ்கிரீனில், கௌரவத் தோற்றமளிக்கும் ஒரு பெண்மணி, தங்கச் செயினொன்றை தன் கைப்பையினுள் மறைப்பதைப் பார்த்துவிட்-டார்.

புகாரின் பேரில் வந்த போலீஸார் தனியிடத்தில் அவளின் கைப்பையைச் சோதனையிட்டதில் கிடைத்ததது, வெறும் கவரிங் செயின்.

"மாடலுக்காக கொண்டுவந்த செயினை, உங்கள் விற்பனை-யாளரிடம் காண்பித்தப் பிறகு பையில் போட்டுக்கொண்டேன். நான் ஒன்றும் திருடவில்லை..என்னை அவமானப் படுத்தியதற்-காக மானநஷ்ட வழக்குப் போடுவேன்".

குழம்பிப்போன முதலாளி புகாரை வாபஸ் பெற்றதோடு அந்-தப் பெண்மணியை பணிவுடன் அனுப்பிவைத்தார்.

கடையிலிருந்து உண்மையிலேயே திருடிய புதிய தங்கசெயின் எப்படிக் காணாமற்போயிற்று? ஆச்சரியம் ஒன்றுமில்லை!

முன்பாக, வெறுங்கழுத்துடந்தான் கடையினுள் நுழைந்தாள் அந்த பெண்.. காமரா காண முடியாத இடத்திலிருந்தபடி அழுக்குத் துணியால் திருட்டுச் செயினின் பளபளப்பைக் குறைத்ததோடு கழுத்திலும் போட்டுக் கொண்டுவிட்டாள். புது கவரிங் செயின் ஒன்றை கைப்பையில் ஏற்கெனவே தயாராக வைத்திருந்தாள். அவள் கழுத்தை எவரும் கவனிக்கவில்லை.

"உலகம் புரிந்து கொண்டேன்"

சுவர் கடிகாரம் இரண்டு முறை மணி ஓசை கொடுத்து ஓய்ந்தது. அரைத் தூக்கத்தில் இருந்த வனஜா சட்டென்று விழித்துக்-கொண்டாள். பிற்பகல் தொட்டு இரவு வரையிலான, தன்னுடைய அன்றைய பணிளைப் பற்றிய முன்னோட்டம் ஒன்று அவள் மனதில் நிழலாடியது.

மாதர் சஙகத்தில் பிற்பகல் மூன்று ம்ணிக்கு ஒரு முக்கியமான மீட்டிங். வீட்டைப் பூட்டி சாவியை பக்கத்து வீட்டில் கொடுத்து-விட்டுப் போகவேண்டும்.

வீடு திரும்ப ஏழு மணி ஆகிவிடும். காலேஜ் மற்றும் டென்த் படிக்கும் குழந்தைகளில் யார் முதலில் வந்தாலும் பக்கத்து வீட்-டிலிருந்து சாவி வாங்கிக் கொண்டு விடுவார்கள். கணவன் வர தாமதமாகும்.

இரவு சாப்பாடு..? வந்து குக்கரில் சாதம் வைத்துவிடலாம். இருக்கிற வத்தக் குழம்பை சொஞ்சம் நீட்டிக்கலாம். அப்பளம் பொரிச்சுக்கலாம். கறி ஏதாவது செய்யணுமெ!

வாழைப் பூ, அரை மூடித் தேங்காய் இரண்டையும் எடுத்-தாள். தேங்காய் சுரண்டிய பிறகு வாழைப் பூவை ஆய்ந்து பொடிப் பொடியாக நறுக்கினாள். தனித்தனியாக பிளாஸ்டிக் பையில் போட்டு பிரிட்ஜில் வைத்தாள். திரும்பி வந்த பிறகு நொடியில் உசிலை தயார் பண்ணி விடலாம்.

திருத்தமான முகம், நல்ல உயரம், கருகரு என அடர்த்-
தியான கூந்தல். அலங்காரத்தில் அதிக நாட்டம் கிடையாது.
அதுவே வனஜாவுக்கு ஒரு தனி அழகை கொடுத்தது. புறப்படு-
வதற்கு அதிக நேரம் தேவைப் படவில்லை.

அன்றைய மாதர் சங்கக் கூட்டத்திற்கு எல்லா அங்கத்தினரும்
ஆஜர். புதிய செயற் குழுவிற்கான பொதுத் தேர்தல் மற்றும் பல
நிகழ்ச்சிகள் உண்டு.

”இந்தாடி அம்மா வனஜா, கொஞ்ச நாளாகவே உன்னை
ஒன்று கேக்கணும்னு இருந்தேன். ஆமா.., தலைக்கு என்ன டை
யூஸ் பண்ணறே?”

எல்லோரிடமும் கலகலப்பாகவும் வெளிப் படையாகவும் பேசும்
அலமேலு மாமி கேட்டாள். நல்ல மனசு, பல உபயோகமான
சங்கதிகளும் சொல்வாள்.

“என்ன சொல்றீங்க, எனக்கு டை போடற பழக்கம் கிடை-
யாதே”

”எங்கிட்டே ஏன் மறைக்கிறே, காலேஜ் போகிற பசங்களுக்கு
அம்மா நீ. இந்த வயசுலே முடி நரைப்பது இயல்பு. டை போட-
றது சாதரண விஷயம். உன் கை விரல்களைப் பார். டை
போட்ட பிறகு கறை போக கைகளைக் கழுவிக்கிட்டு வர
வேண்டாமோ?”

அப்பொதுதான் கவனித்தாள் வனஜா. வாழைப் பூ நறுக்கின
போது ஏற்பட்ட கறை. விளக்கம் சொல்ல முற்படுமுன் முன்
அங்கிருந்து மாமி நகர்ந்து சென்று விட்டாள்.

சில வருஷங்களுக்கு பிறகு, ஒரு நாள்,,,

மாதர் சங்கம் செல்வதற்கான முஸ்தீபுகளை சீக்கிரமே
தொடங்கி விட்டாள் வனஜா. தலையில் தோன்றியுள்ள சில
நரை முடிகளை மறைக்க ஏற்கெனவே வாங்கி வைத்திருந்த
ஹேர் டையை முடியில் பூசிக்கொண்டாள். முதல் அனுபவம்
அது.

குளித்து அலங்கரித்துக் கொண்டபின் புறப்பட்டாள் வனஜா.
இரவு சமையலை ஊரிலிருந்து வந்திருக்கும் அம்மா பார்த்துக்
கொள்வாள்.

மாதர் சங்க நடவடிக்கைகள் தொடங்கும்முன் பக்கத்து இருக்-கையில் இருந்த வனஜாவின் சம வயதினை ஒத்த நளினி கேட்-டாள். மூன்று வருடங்களுக்கு முன்பு அமெரிக்கா சென்றிருந்த அவள் சமீபத்தில்தான் இந்தியா திரும்பியிருந்தாள்.

"ஏண்டி வனஜா! இனறைய ராத்திரி சமையலுக்கு வாழைப் பூ உசிலை அல்லது வாழைக்காய் கறிதானே. காய்கறி நறுக்கின கையோட புறப்பட்டு வந்துவிட்டாய் போல. பார், கை விரல்க-ளில் எல்லாம் கறை மயம்."

காய்கறி நாம் எப்போது நறுக்கினோம்? ஓ, தலைக்கு டை அடித்தபோது கை விரல்களில் படிந்தவிட்ட விடாப் பிடியான கறையைப் பார்த்துவிட்டு காய்கறியால் ஏற்பட்ட கறை என்று நினைத்துவிட்டாள்.

அன்றொரு நாள் அலமேலு மாமி, வாழைப் பூ கறையை கை விரல்களில் பார்த்துவிட்டு ஹேர் டையின் கறைன்னு சொன்னாள். இப்போது நிஜத்தில் தலைக்கு டை அடித்துக் கொண்டு வந்திருக்கிறேன். கையைப் பார்த்துவிட்டு நளினி வாழைப் பூ கறையென்று சொல்கிறாள்.

"உலகம் புரிஞ்சிக்கிட்டேன்", என தனக்குத்தானே முணு முணுத்துக்கொண்டாள் வனஜா...

"போதுமா? இன்னும் வேணுமா?"

அதுவரை மௌனம் சாதித்துக் கொண்டிருந்த கமலா, வீட்டுக்-
குள் நுழைந்த உடன் படபடவென பொரிந்து தள்ளத் தொடங்கி-
னாள்.

"வீட்டுல நல்லா தூங்கிவிட்டு ஸ்டேஷனுக்கு சாவகாசமா
வரீங்களே? எங்களைப் பற்றி கொஞ்சமாவது கவலை இருக்கா
உங்களுக்கு, ரெயிலை விட்டு இறங்கி பிளாட்பாரத்தில் எவ்வளவு
நேரம் காத்திருக்க? எல்லோரும் என்னை முழிச்சுப் முழிச்சுப்
பார்த்துட்டு போறாங்க. அங்கேயே பிடிச்சு உங்களை விளாசியி-
ருபேன். சரிதான்னு கோவத்தை அடக்கிக்கிட்டேன்."

"என்ன பண்ணறது கமலா, வீட்டை விட்டு கிளம்பறச்சே
பார்த்தா டயர் பஞ்சர். ஸ்டெப்னி டயரை மாற்றி அவசரமா
புறப்பட்டு கரெக்ட் டயமுக்கு ஸ்டேஷனுக்கு வந்திட்டேன்.
பாழாப்போன ரயில் இன்னைக்குப் பார்த்துப் பத்து நிமிஷம்
முன்னால் வந்து சேரணுமா?"

"ஏன், நான் சீக்கிரமா வந்தது பிடிக்கலையோ. .இது
என்னது, பாத்ரூமிலே லைட் எரிஞ்சிக்கிட்டு இருக்கு? பாத்து
அணைக்கிறது கிடையாதா. எப்போலேந்து எரியுதோ, எவ்வளவு
நாளா எரியுதோ?

"விடியக் காலைலேதான் போட்டேன். திடீர்னு கரண்ட் கட்-டாயிடிச்சி. தட்டுத் தடுமாறி பாத்ரூம் விட்டு வெளியே வந்தேன். அப்புறமாக கரண்ட் வந்தது. சுவிட்சை அணைக்க மறந்திட்-டேன்."

"யார் கிட்டேகாது குத்தறீங்க. எப்பவும் நியூஸ் பேப்பரை தூக்கிக்கிட்டு அட்டாச்டு பாத்ரூமுக்கு தானே நீங்க போவீங்க. குளியலும் அங்கே தானே. புதுசோப்புக்காக நான் போன அன்-றைக்கே இங்கே வந்து அதை எடுத்திட்டு போயிருப்பீங்க. லைட்டை அணைக்காம போயிட்டீங்க."

"என்னெதெச் சொல்லி என்னத்தெ விளங்க வைக்கிறது"

"என்ன முணுமுணுப்பு... ஐயோ! தண்ணீர் பிடிச்சு வைக்கவே இல்லையா, டிரம், பக்கெட்டு எல்லாம் காலி."

"மூணு நாளா தண்ணீர் விடவேயில்லை. நான் என்ன பண்-ணட்டும்".

"போதும் அளந்தது. வரும்போதே பார்த்தேனே. எல்லார் வீட்டுத் தண்ணீர் தொட்டியும் நிரம்பி வழிந்து தெருவிலே தண்-ணீர் ஆறா ஓடிக்கிட்டு இருக்கு. யாரைச் சொல்லி என்ன பிர-யோஜனம் நம்ம வீட்டுக்கு மட்டும் விசேஷம்"

"சொன்னா நம்பு கமலா, நேற்று நடுராத்திரி தண்ணீர் விட்-டிருக்கான். ஸ்டேஷனுக்கு வந்து உன்னை கூட்டிக் கொண்டு வரணுமே என்கிற பதற்றத்திலே கவனிக்கலே. ரயில்வேகாரன், மெட்ரோகாரன் எல்லோரும் பேசி வைச்சிக்கிட்டு என்னைப் பழி வாங்கறாங்க."

"இதென்னங்க இது. டேபிள் மேலே டெலிபோன் பில், கரண்டு பில் எல்லாத்துக்கும் சலான் எழுதி செக்கும் போட்டு வைச்சிருக்கீங்க. அடுத்த தெருவில் இருக்கிற பாங்குக்கு போக முடியலையா? உங்க மாதிரி ஆசாமிக்குத்தானே ஞாயிற்றுக்கிழ-மையும் பாங்கு வேலை செய்யுது."

"பாங்குக்குப் போகக் கிளம்பிக்கிட்டுத்தான் இருந்தேன், அந்த சமயம் பார்த்துத் தங்கை சுசி வந்தா. டிபன், சாப்பாடு எல்லாம் கொண்டு வந்தா.

"அதுதானே பார்த்தேன், எப்படா ஊருக்குப் போவேன் என காதிருப்பாளுகளே. வந்துட்டாளா அண்ணனை சீராட்ட."

"ரொம்பத்தான் கரிச்சிக் கொட்டாதே! வந்தவ வீடு முழுக்க்க் கூட்டி மெழுகி அவசரமா போயிட்டா. பேசக்கூட டயம் இல்லாம போயிடுத்து"

"அப்படி போடு அருவாளே! கூட்டி மெழுகிற சாக்கிலே வீடு முழுக்க தேட்டைப் போட்டிருப்பாளே, அண்ணன் பொண்-டாட்டி என்ன சொத்து சேத்து வைச்சிருக்கா என கவனிக்க. சரி போகட்டும், குப்பைக் கூடை எல்லாம் ஏன் ரொம்பிக்கிடக்கு. வீட்டுக்கு எதிரேதானே கார்ப்பரேஷன் தொட்டி இருக்கு. கொண்டு போய் கொட்ட முகூர்த்தம் பார்கிறீங்களா?"

"நேற்று ராத்திரிதான் உட்கார்ந்து பைல் எல்லாவற்றெயும் புரட்டி வேண்டாத பேப்பர்களை எல்லாம் கிழித்துப் போட்டேன். இதோ இப்போதே போய் கொட்டிட்டு வறேன்."

"வேண்டாம். வேண்டாம். ஊரிலேந்து வந்ததும் வராததுமா புருஷனை வேலை வாங்கறேன்னு அக்கம் பக்கத்திலே நினைச்-சிக்க போறாங்க...
இத்தப்பாருடா, பீரோ சாவி பீரோலேயே தொங்கிகிட்டு இருக்கு. கொஞ்சம்கூட உஷார் இல்லை உங்களுக்கு. கடவுளே, பீரோக்-குள்ளே எல்லாம் சரியாய் இருக்கணுமே!"

"எல்லாம் சரியா இருக்கும். இன்றைக்கு காலையில்தான் பீரோவை திறந்தேன். வண்டிச் சாவியை எங்கே வெச்சேன் என தெரியாமல் முழுச்சிக்கிட்டு இருந்தேன். டுப்ளிக்கேட் சாவி எடுப்-பதற்கு பீரோவை திறந்தேன்.

"வண்டிச் சாவிதானே? வண்டிலேயே விட்டுட்டு வந்திருப்-பீங்க. வீட்டுச் சாவி, பூட்டோடு வாதிற் கதவிலே தொங்கிக்-கிட்டு இருக்கும். பீரோ சாவி பீரோல. திருடனுக்கு நல்லாத்தான் சொகரியம் பண்ணிக் கொடுக்கிறீங்க.

"சாவி கிடைச்சிடுத்து. பாண்ட் பாக்கெட்லே இருந்தது. நேத்து ராத்திரி டேபிள் டிராயர்லே வைக்க மறந்துவிட்டேன்."

இதென்னது, பீடித்துண்டு? எவ்வளவு நாளா இந்த கெட்ட பழக்கம்"

"அது பீடி அல்ல, சிகெரட்.. பிரண்டு சேகர் வந்திருந்தான். ரொம்ப நேரம் பேசிக்கொண்டு இருந்தோம். பாவம், அவனுக்கு நிறைய குடும்பக் கவலைகள். ஒரே ஒரு சிகரெட் பிடிச்சுக்-கிறேன்டா என கெஞ்சினான். அவன் போன பிறகு சிகரெட் வாடை போக வேண்டி ஸ்பிரே அடிச்சேன். சிகரெட் துண்டை கவனிக்கலே."

"ஓ,. . ஏதுடா பூ வாசனை வருதேன்னு உள்ளே நுழைந்த போதே கவனிச்சேன். உங்களை கேட்கவும் தோணலை சந்தேகப் படாமலும் இருக்க முடியலே. ஆமா, உங்க நண்பருக்கு எவ்வ-எவு பணம் அள்ளிக் கொடுத்தீங்க? பாங்கு பாஸ் புக் பார்தால் தெரிஞ்சு போகுது."

"சே சே, அவனுக்கென்ன பணம் காசுக்கா பஞ்சம். கட்டினவ சரியில்லை. குடும்பத்தை கவனிக்கிறதில்லே, எப்போதும் ஏச்சுப் பேச்சுதான். எல்லாவற்றையும் என்கிட்டே கொட்டிவிட்டு போனான்."

"தெரியும் அந்த மேனா மினிக்கிய. . என்னை மாதிரி பொண்டாட்டி எல்லோருக்கும் அமையுமா?"

[கணவன் மனைவியின் உரையாடலை ஆரம்பம் முதலேயே கேட்டுக் கொண்டிருந்தனர். தம்பதியரின் குழந்தைச் செல்வங்க-ளான சீனு மற்றும் ரேகா. இளயவன் சீனு கேட்டான், தணிந்த குரலில்,

"அப்பா பாவம், அம்மா ஏன் அப்பாவெ சும்மா கரிச்சுக் கொட்டுறாங்க"

"அப்பாவைப் பற்றி என்ன நீ நினைச்சிக்கிட்டு இருக்கே? கொஞ்சம் பொறுத்துதிருந்து பாரு வேடிக்கையை.]

"சரி, அவன் பேச்சை விடு கமலா. இப்போது உன் அம்-மாவுக்கு உடம்பு எப்படி இருக்கு. ரத்தக் கொதிப்புக்கு மருந்து சரிவர சாப்பிட்றாங்க தானே? அப்பா பல் வைத்தியரிடம் போக வேண்டும் என்று சொல்லிக் கொண்டிருந்தாரே, கூட்டிக்கொண்டு போனயா?

மிகவும் கரிசனததுடன் கேட்டான் ராகவன்.

அப்படியே உருகிவிட்டாள் கமலா.

"இரண்டு பேருமெ இப்போது நன்றாக இருக்காங்க. உங்க-
ளைப் பற்றி எப்போதும் ரொம்ப உயர்வா பேசிப்பாங்க. குடும்ப
வாழ்க்கையை செம்மையாக நடத்திச் செல்வதில் உங்களுக்கு
இணை நீங்கதானாம்."

[நான் சொன்னது சரியாயிடிச்சா, எனத் தெரிவிக்கும்
பாவனையுடன் தன் தம்பியை பாசத்துடன் பார்த்தாள் ரேகா]

குலகௌரவம்

குறுநாவல்

அத்தியாயம்- 1

சிவச்சந்திர மார்த்தாண்ட சேதுபதி அவர்கள், திருநெல்வேலிச் சீமை சங்கரன் கோவிலை அடுத்துள்ள சமயநல்லூரின் பாரம்பரியமிக்க ஜமீனை சீரும் சிறப்புடன் ஆண்டு கொண்டிருந்தார். பத்தொன்பதாம் நூற்றாண்டின் இடைப்பட்ட காலமது அப்போது பிரிட்டிஷ்காரர்கள் நமது நாட்டை ஆண்டு கொண்டிருந்தனர். வளமிக்க இந்த ஜமீனையும் சொத்துக்களையும் கவர்ந்து பிரிட்டிஷ் சாம்ராஜ்ஜியத்துடன் சேர்க்க ஆங்கிலேயர்கள் அரும்பாடு பட்டனர்.

ஜமீந்தாரை கவிழ்த்து நாட்டை அபகரிக்கச் செய்த முயற்சிகள் அனைத்தும் தோல்வி அடைந்த நிலையில் வேறு வகையின்றி சமயநல்லூர் ஜமீனை அங்கீகரித்தோடு முழுச் சுயாச்சியையும் அனுமதித்தது பிரிட்டிஷ் அரசாங்கம்.

சிவச்சந்திர சேதுபதியைக் கௌரவிக்கும் வகையில், அவரை லண்டனுக்கு வரவழைத்து விக்டோரியா மகாராணியின் கையால் உயரிய பட்டமான "knight", மக்கள் காவலன் என, கொடுத்து மகிழ்ந்தது.

ஜமீந்தார் சிவச்சந்திர சேதுபதி பெற்ற வெற்றியை இந்தியாவை ஆண்டு கொண்டிருந்த ஆங்கிலேயர்களால் எளிதில் ஜீரணிக்க முடியவில்லை. ஆங்கிலேய அதிகாரி ஒருவன், ஜமீந்தாரை தலை குனிய வைக்கவும் ஜமீன் மக்களே அரசரை தூற்றும்படிச் செய்யவும் மாஸ்டர் பிளான் ஒன்று தயாரித்தான்.

ஆங்கிலேய மொழி பேசவும் எழுதவும் கற்கும் ஆர்வம் அப்-பொழுதிய இந்திய மக்களிடையே தீவிரமாக பரவத்தொடங்கிய காலகட்டமது. ஆங்கில மொழியைக் கற்றுக்கொடுக்க இங்கிலாந்-திலிருந்து ஏராளமான ஆசிரியர்கள் மற்றும் ஆசிரியைகள் இந்-தியாவிற்கு வரவழைக்கப்பட்டனர்.

அரசாங்கப் பணியில் சேர ஆங்கில மொழி தெரிந்திருப்பது மிகவும் அவசியமாக இருந்தது. பணம் படைத்தவர்கள் தங்கள் வாரிசுகளுக்கு ஆங்கிலத்தில் ஆரம்பக் கல்வியை போதித்தப் பின்னர் அவர்களை மேற்படிப்புக்காக இங்கிலாந்துக்கு அனுப்பி வைத்தனர். அக்கரைச் சீமையிலிருந்து படிப்பு முடித்துவிட்டு திரும்புவோருக்கு பிரிட்டிஷ் ஆளும் இந்திய அரசாங்கத்தில் உயர்ந்த உத்தியோகங்கள் காத்திருந்தன.

இந்திய நாட்டின் சிறுசிறு பகுதிகளை ஆண்டு கொண்டிருந்த குறுநில மன்னர்கள், மஹாராஜாக்கள் மற்றும் செல்வந்தர்கள் தங்கள் வாரிசுக்களுக்கு முழு நேர ஆங்கில ஆசிரியர்களை பிரத்தியேகமாக நியமித்துக் கொண்டனர். தங்கும் வசதியுட்பட சகல சௌகரியங்ளையும் செய்துக் கொடுத்து, குருதட்சிணையாக பெரும் பணமும் கொடுத்தனர்.

திருநெல்வேலி ஜில்லாவின் உதவி கலெக்டராக பணி புரிந்து கொண்டிருந்தான் ஜிம்மி ராட்டிரிக்ஸ் என்கிற ஆங்கிலேயன். இவன் ஜமீந்தார் சிவச்சந்திரனை நைச்சியமாக அணுகி, ஜமீன் வாரிசுகளுக்கு ஆங்கிலம் கற்றுக் கொடுக்க ஒரு ஆசிரியையை நியமனம் செய்வது நலமாய் இருக்கும் என யோசனைத் தெரி-வித்தான். சம்மதமானால் அதற்கு வேண்டிய ஏற்பாடுகளைச் செய்வதோடு ஒரு சிறந்த ஆசிரியையை லண்டனிலிருந்து வரவ-ழைப்பதாகவும் வாக்களித்தான்.

தனக்குப் பின்னல் வரும் சந்ததியர்க்கு ஆங்கில மொழி தெரிதிருக்க வேண்டியதன் அவசியத்தை ஜமீந்தார் உணர்ந்திருந்-தார். விஞ்ஞானம், மருத்துவம், தொழிற்நுட்பம், சட்டம் போன்ற துறைகளை, ஆங்கில மொழி மூலமாகத்தான் கற்கமுடியும் என்-பதையும் அவர் அறிவார். தன் சம்மதத்தை ராட்ரிக்ஸிடம் உ.னடியாக தெரிவித்தார்.

அத்தியாயம்- 2

எலிசா காதரீனா, லண்டனில் உள்ள ஒரு நாடகக் குழுவின் பிரதான நடிகை. இளவயது, அழகிய உடலமைப்பு. கவர்சிகர-மான வட்ட முகம். பால் நிற மேனி, பிளாண்ட் Blonde என்று சொல்லும்படியான தங்க நிற முடி, நீல நிறக் கண்கள், வில்-லையொத்த புருவங்கள் அனைத்தையும் பெற்றிருந்தாள்

காதரீனா ஒரு பட்டதாரி. கல்லூரியில் ஆங்கில இலக்கி-யத்தை முக்கிய பாடமாகக் கொண்டு கல்விக் கற்றவள். தங்கள் மகள் மேற்கொண்டு படிப்பைத் தொடர வேண்டும் என்பது பெற்-றோர்களின் எதிர்பார்ப்பாக இருந்தது. ஆனால் காதரீனாவின் கனவு வேறுவிதமாக இருந்தது. தன் அழகிய தோற்றத்தின்பால் மிகுந்த கர்வம் கொண்டிருந்தாள்.

லண்டனில் நடைப் பெற்ற அழகிப் போட்டியில் முதற் பரிசை வென்றதைத் தொடர்ந்து, தன் அழகு இவ்வுலகத்தையே வெல்-லும் என்று நம்பத் தொடங்கினாள்.

மேடை நாடகம் ஒன்றில் கதாநாயகி வேடம் அளிக்க முன்-வந்தனர் ஒரு பிரபல நாடகக் குழுவினர். பெற்றோரின் எதிர்ப்-பையும் மீறி நாடகங்களில் நடிக்கத் துவங்கினாள். அன்றைக்-கெல்லாம், சினிமா என்பதே கிடையாது. நாடகம் மட்டும்தான்.

இங்கிலாந்தில் நாடகக்கலை அப்பொழுது மிகவும் நலி-வுற்றிருந்தது. நாடகங்களில் நடிப்பதன் மூலம் காதரீனாவுக்குக் கிடைத்துக் கொண்டிருந்த வருமானம், உடைகள் வாங்கவும் ஒப்-பனை செய்துக் கொள்வதற்கு மட்டுமே உதவின. இதற்கிடையே

தந்தையும் காலமாகிவிடவே குடும்பம் போதிய வருமானமின்றி அல்லாடியது.

வருமானத்துக்காக காதரீனா தன் உடலை விற்கத் துவங்கினாள். அதிலும் அவளுக்கு ஏமாற்றமே மிஞ்சியது. படித்த மேதாவிகள்கூட பணத்தை கொடுத்து அவள் உடலை அனுபவித்தார்களே தவிர, கூடவே அவளின் அறிவுப் பசியை பங்கிட்டுக் கொள்வதற்கு அவர்களுக்கு நேரம் இருந்ததில்லை.

ஒரு முறை ஸ்காட்லாண்ட் போலிசாரிடம் விபச்சாரக் கேஸில் அகப்பட்டுக் கொள்வதிலிருந்து நூலிழையில் தப்பித்தாள். சிறிது காலம் தனது எல்லா நடவடிக்கைகளையும் துறந்து வீட்டில் முடங்கிவிட்டாள்

அப்பொழுதுதான் இந்தியாவிலிருந்து அவளுக்கு கேபிள் எனப்படும் தந்தி வந்தது. தன்னுடைய கல்லூரியில் படித்த சீனியர் மாணவனும், தற்சமயம் இந்தியாவில் உதவி கலெக்டர் பணியிலிருப்பவனுமான ஜிம்மி ராட்டிரிக்ஸின் தந்திதான் அது

இங்கிலாந்திலிருந்து இந்தியாவிற்கு அடுத்துப் புறப்பட்ட கப்பலில் காதரீனாவும் இருந்தாள். கப்பலில் தனிக் காபினில் பிரயாணம் செய்வதற்காக அரசாங்க முத்திரையுடன் கூடிய பயணச் சீட்டு அவளிடம் தரப்பட்டது. அவளின் குடும்பத்தினருக்கு ஒரு குறிப்பிட்ட தொகை ரொக்மாகவும் கொடுக்கப்பட்டது.

அத்தியாயம்- 3

கொச்சி கப்பல் துறைமுகத்திற்கு ராட்ட்ரிக்ஸ் நேரடியாகச் சென்று காதரீனாவை வரவேற்றான். திருநெல்வேலிக்கு தரை மார்கமாக இருவரும் பயணித்துக் கொண்டிருக்கும் பொழுது தன் திட்டத்தை விவரித்தான்.

ஆங்கில பாடத்தையும் மற்ற கலைகளையும் ஜமீந்தாரின் வாரிசுகளுக்கு காதரீனா செம்மையாக போதிக்க வேண்டும். அதன் மூலம் ஜமீந்தார் மற்றும் அனைவரின் நம்பிக்கைக்கு ஆளாகவேண்டும்.

அதன் பிறகு ஆசை வார்தைகளையும் அழகையும் காட்டி முப்பத்து எட்டு வயதே ஆன ஆண்மையும் வீரமும் மிக்க ஜமீந்-தாரை மயக்கி காலடியில் கிடக்கச் செய்யவேண்டும். மற்றதை தான் கவனித்துக் கொள்வதாக ராட்ரிக்ஸ் சொன்னான்.

இந்தத் திட்டம் ஆங்கிலேய அரசாங்கத்தின் அனுமதியுடன் செயல் படுத்தப்படுவதோடு,1 இந்த சேவைக்காக பெரும் பணமும் தரப்படும்.. இது தவிர ஜமீந்தார் தரும் பொன்னும் பொருளும் அவளுக்கே சொந்தம், வரிகள் ஏதும் விதிக்கப்பட மாட்டாது என்றும் தெரியப்படுத்தினான்.

அதிர்ஷ்டம் தன் வீட்டுக் கதவுகளைத் தட்டுவதை உணர்ந்-தாள் காதரீனா. தன் படிப்பும் அழகும் சிறந்த வகையில் பயன்-படப் போவதை அறிந்து இரட்டிப்பு மகிழ்சியுற்றாள். திட்டத்திற்கு முழுமையான ஒத்துழைப்பைத் தருவதாக வாக்களித்தாள்.

சமயநல்லூர் அன்று விழாகோலம் பூண்டிருந்தது. தங்கள் ஜமீனுக்கு முதல் தடவையாக வருகை தரும் அந்த புதிய ஆங்-கிலேய வாத்தியாரம்மாவைக் காண மக்கள் பெரும் திரளாகக் கூடினர். அரண்மனை வாசலில் மேள தாளத்துடன் வரவேற்க ஜமீந்தார் சிவச்சந்திர மார்த்தாண்ட சேதுபதி தன் மனைவி ராணி வசந்தாதேவி, மகன் சிவகடாட்சம், மகள் சிவகாமசுந்திரி மற்றும் அதிகாரிகள் காத்திருந்தனர்.

நான்கு குதிரைகள் பூட்டப்பட்ட திறந்த சாரியட் வண்டியிலி-ருந்து தேவதையைப் போல எலீசா காதரீனா இறங்கி வந்தாள். உடன் வந்திருந்த ராட்டிரிக்ஸ், காதரீனாவை அனைவருக்கும் அறிமுகம் செய்து வைத்தான்.

ஓரக்கண்ணால் ஜமீந்தாரை நோட்டம் விட்டாள் காதரீனா. ராஜகளை கொண்ட அந்த கம்பீர புருஷனைக் கண்ட மாத்-திரத்தில் தன்னை அறியாமல் தன் உடலில் ஒருவித நடுக்கம் பரவுவதை உணர்ந்தாள்.

அரண்மனையில் அந்தப்புரத்தின் அடுத்து இருந்த கலை அழகு மிக்க விசாலமான அறை ஒன்று வாத்தியாரம்மாவுக்கு ஒதுக்கப்பட்டது. தேவைகளை கவனித்துக்கொள்ள இரு தாதியர் நியமிக்கப்பட்டனர். ஒரு சுபமுகூர்த்த நாளன்று நல்ல நேரம் பார்க்கப்பட்டு ஆங்கில வகுப்பு தொடங்கியது.

அத்தியாயம்- 4

காதரீனா, சூழ்நிலைகளுக்கேற்ப விரைவில் தன்னை மாற்றிக் கொள்ளத் தொடங்கினாள். ஜமீன் வாரிசுகளுக்கு பாடம் சொல்லிக் கொண்டிருந்த நேரம் தவிர, கிடைக்கும் பொழுதினை நல்ல முறையில் பயன்படுத்திக் கொள்ள துவங்கினாள். இந்திய நாகரீகம், சரித்திரம், கலாச்சாரம், பண்பாடுகள் ஆகியவற்றை தெரிந்து கொள்வதில் ஆர்வம் காட்டினாள்.

இடையே தமிழ் மொழியையும் கற்கலானாள். இந்தியப் பெண்களைப் போல உடை அணிந்து, அவர்களைப் போல பேசவும் பழகவும் விரைவில் கற்றுக்கொண்டாள். அரண்மனையைச் சேர்ந்த பணியாட்களிடமும் பணிப் பெண்களிடமும் அந்தஸ்து வேறுபாடின்றி சரி சமமாக பழகினாள். அவர்களின் சுக துக்கங்களில் பங்கெடுத்தாள்.

ஜமீனைச் சுற்றி நகர்வலம் செல்லத் துவங்கினாள். கண்ணில் கண்ட மனிதரை எல்லாம் நலம் விசாரித்தாள். காதரீனாவின் பேரழகும் பண்பும் அனைவரையும் கவர்ந்தது. இவளது புகழ் மற்ற ஊர்களுக்கும் நகரங்களுக்கும் பரவலாயிற்று.

இது போன்று பேரும் புகழும், இந்திய வாழ்க்கை அனுபவங்களும் பிற்காலத்தில் தனக்கு மிகவும் பயனைத் தரும் என்பதை காதரீனா நன்றாக உணர்ந்திருந்தாள். சில வருடங்களுக்குப் பிறகு இங்கிலாந்து திரும்பிய பின், அங்கு ஒரு கல்லூரியையே நிறுவும் அளவிற்கு அனுபவமும் செல்வமும் அடையப் போவதை எண்ணி மகிழ்ச்சியில் திளைத்தாள்.

ஜமீன்தாரின் பிள்ளைச் செல்வங்களான சிவா மற்றும் சிவ-
காமி ஆகியோர் முறையே பத்தும் எட்டும் வயது நிரம்பியவர்-
கள். இவர்கள் இருவரும் ஆங்கிலத்தை ஆர்வத்துடன் கற்கத்
தொடங்கினர். அண்டை நாட்டு குறுநில மன்னர்களில் ஓரிருவர்
தங்களின் பிள்ளைகளையும் ஆங்கிலம் கற்க இங்கு அனுப்பி
வைத்தனர்.

ஆங்கில பாடம் தவிர உலக சரித்திரம், பூகோளம், அறி-
வியல் ஆகியவையும் பாட திட்டத்தில் இடம்பெறச் செய்தாள்
காதரீனா. இது மட்டும் அல்லாது ஐரோப்பிய இயல், இசை,
நாடகம் ஆகியவற்றையும் இந்த இளம் பிள்ளைகளுக்கு அறி-
முகப் படுத்தினாள். பாடங்களைப் படித்து தேர்ச்சி பெறுவதோ-
டல்லாமல், பிள்ளைகள் ஆட்டம் பாட்டம் கொண்டாட்டம் என
மகிழ்ச்சியாக பொழுதைக் கழித்தனர்.

அவ்வப்போது இந்தியாவின் முக்கிய ஸ்தலங்களுக்கு பிள்-
ளைகளுடன் சுற்றுலா சென்றாள். மற்றவர்களோடு. காதரீனாவும்
தன் பொது அறிவையும் பெருக்கிக் கொண்டாள்; தன் அனு-
பவங்களை கட்டுரை வடிவத்தில் லண்டனிலிருந்து வெளியாகும்
பிரபல டைம்ஸ் பத்திரிக்கைக்கு தொடந்து அனுப்பலானாள்.
"Katharina Column, காதரீனா பக்கங்கள் என்கிற கட்டுரைத்
தொடர் ஆங்கிலம்கூறும் நல்லுலகில் பிரபலம் அடைந்தது.

பாட திட்டத்திற்கு தேவையான புத்தகங்கள், உபகரணங்கள்
மற்றும் நாட்டிய, நடன உடைகள், இசைக் கருவிகள் ஆகிய
அனைத்தையும் உதவி கலைக்டர் ஜிம்மி ராட்டிரிக்ஸ் இங்கி-
லாந்திலிருந்து அவ்வப்பொழுது வரவழைத்துக் கொடுத்தான்.

காதரீனாவின் இந்திய வருகையின் முக்கிய நோக்கத்தையும்
அவன் கொடுத்த வாக்குறுதியையும் அவ்வபோது ஞாபகப்படுத்-
தத் தவறவில்லை .அது, ஆசை வார்தைகளையும் அழகை-
யும் காட்டி காதரீனா, தன் வலையில் ஜமீந்தாரை சிக்க பைக்க
வேண்டும். என்பதுதான். காலம் கனியட்டும். வாக்குறுதியின்படி
விரைவில் காரியத்தில் இறங்குவேன் என உறுதியளித்தாள் காத-
ரீனா.

அரண்மனை வாசத்தின் முதல் வருடம் முழுவதும் ஜமீந்-
தாரை வசியப் படுத்துவதற்கான முயற்சிகள் எதிலும் காதரீனா

ஈடுபடவில்லை . தன் அழகில் மயங்கி அவராகவே தன் இச்-
சையை வெளிப்படுத்துவார் என எதிப்பார்த்திருந்தாள். பாடங்-
கள் நடக்கும்போது அவரும் சிறிதுநேரம் நின்று கவனித்துவிட்டுச்
சென்றுவிடுவாரே தவிர கண்களில் எவ்வித கள்ளழும் தெரிய-
வில்லை. பேச்சில் கனிவு இருந்தது ஆனால் விகாரம் தென்ப-
டவில்லை.

அத்தியாயம்- 5

இரண்டு வருடங்கள் உருண்டோடிவிட்ட நிலையில் ஜமீந்தாரை காதல் வலையில் சிக்க வைக்கும் முயற்சியில் எவ்வித முன்-னேற்றமும் காதரீனாவால் எட்டமுடியவில்லை. மன்மத பாணங்-களால் அந்த மாமனிதரை துளைக்க முடியவில்லை. மேரு மலையாய் கம்பீரமாய் நின்றார் சிவச்சந்திர சேதுபதி தன்னை அறியாமல் அந்த மனிதரிடம் தன் உள்ளமானது மெள்ள மெள்ள ஈர்க்கப் படுவதை உணர்ந்தாள்.

பலமுறை தாங்கள் இருவரும் தனிமையில் இருக்கும்படியான சந்தர்பங்களை ஏற்படுத்திக் கொள்வாள். பிள்ளைகளின் பாட-திட்டங்களை பற்றிய விவாதம் என்கிற போர்வையில் ஜமிந்தாரை தன் அறைக்கு அடிக்கடி வரவழைத்தாள். முன்னேற்பாடாக பணிப்பெண்களுக்கு விடுமுறை கொடுத்து வீட்டுக்கு அனுப்பிவி-டுவாள்.

உள்ளாடைகள் அனைத்தும் தெரியும்படியான வகையில் மெல்லிய மஸ்லின் துணியாலான நீண்ட அங்கியை அணிவாள். கண் ஜாடை . அங்க அசைவுகள் மூலமாக அழைப்புகள் விட-லானாள். மாறாத புன்னகையுடன் கூடிய கனிவு பார்வைகள்தான் அவளுக்குத் திரும்பக் கிடைத்தன. காதரீனா, கடைசி அஸ்தி-ரத்தை பிரயோகிக்கத் தீர்மானித்தாள்.

காதரீனாவுக்கு உடல் நிலை சரியில்லை என்ற செய்தியினை அறிந்து அவளைக் காண விரைந்தார் ஜமீந்தார். காதரீனா தள்-ளாடியபடி நடந்து வந்து வாய் குழறியபடி பேசினாள். ஜமீந்தாரின்

கைகளைப்பற்றி உள்ளே அழைத்துச் சென்று ஒரு மேஜையின் அருகே நிறுத்தினாள்.

அங்கிருந்த குப்பியிலிருந்து மதுவை கண்ணடி தம்பளரில் நிறைய ஊற்றி அவரிடம் தந்தாள். அவள் ஏற்கெனவே மது அருந்தியிருந்தாள். இங்கிலாந்திலிருந்து பிரத்தியேகமாக வரவ-ழைக்கப்பட்ட ஸ்காட்ச் விஸ்கி அது.. மறுக்காமல் வாங்கி அருந்தினார் ஜமீந்தார்.

மது மயக்கத்தில் ஜமீந்தார் தன்னை ஆட்கொள்வார் என இறுமாப்புடன் இருந்த காதரீனாவுக்கு ஏமாற்றமே மிஞ்சியது. மயங்கம் அடைந்தவள் போல தரையில் விழுந்தாள். ஆடைகள் விலகி அலங்கோலமாக தரையில் கிடந்தவளை இருகைகளாளும் தூக்கி மார்புடன் சேர்த்து அணைத்தபடி கட்டிலை நோக்கி நகர்ந்தார் ஜமீந்தார்.

சட்டென கண்களை திறந்தாள் காத்ரீனா. இரு கைகளாலும் அவரின் கழுத்தை இறுகக் கட்டியபடி "Darling I am all yours!" என முனகினாள். தன் எண்ணம் ஈடேறப் போவதை எண்ணி மகிழ்வுற்றாள்.

காதரீனாவைக் கட்டிலில் கிடத்திய பிற்பாடு வலுக்கட்டாய-மாக அவள் கைகளை தன் கழுத்திலிருந்து பிரித்தெடுத்தார் ஜமீந்தார். அவளின் ஆடைகளைச் சரி செய்தபின் போர்வையி-னால் அவள் உடலை மூடிவிட்டு அறையை விட்டுப் புறப்பட முனைந்தார்.

ஆவேசமானாள் காதரீனா. கட்டிலிலிருந்து குதித்து, ஓடிச் சென்று, இரு கைகளையும் அகல விரித்து ஜமீந்தாரை வழிம-றித்தாள். பெரும் குரலில் அவர் மீது இழிச் சொற்களை சரமா-ரியாகப் பொழியத் தொடங்கினாள்,

"You are a Square.., நீ ஆண்மையே இல்லாத ஒரு பேடி, போய் ஒரு புடவையைக் கட்டிக் கொள். இரு வாரிசுகள் இருப்பதாகச் சொல்லிக் கொள்கிறாயே, அவர்களின் உண்மை-யான தந்தையாக நீ இருக்கமுடியாது. போ...போ, என் கண் முன்னல் நிற்காதே"

இதைச் சொல்லிவிட்டு ஓடிச் சென்று படுக்கையில் விழுந்து தலையணையில் முகத்தைப் புதைத்துக்கொண்டாள். தன் திட்டம் தகர்ந்து போனதால் பெருத்த ஏமாற்றத்திற்கு உள்ளானாள். இப்-படியும் ஒரு மனிதனா?. சதை, எலும்பு, ரத்தம் ஆகியவை கொண்ட மனித பிறவியா அல்லது வெறும் கற்களால் உரு-வாக்கப்படவனா? நடந்த இந்த சம்பவம் பெண்மைக்கும் தன் அழகுக்கும் இழைக்கப்பட்ட அநீதியாக கருதினாள்.

இரவு முழுவதும் சிந்தித்தாள். ஜமீந்தாரின் உயரிய பண்புகள் அவளைக் கவர்ந்தன. அவரை ஆராதிக்கத் துவங்கினாள். தான்தான் ஒரு தரங்கெட்ட பிறவியாகிவிட்டதை உணர்ந்தாள். வெகுநேர ஆலோசனைக்குப் பிறகு ஒரு தீர்மானத்துக்கு வந்-தாள்.

அத்தியாயம்- 6

மறுநாள் காதரீனாவின் அழைப்பின் பேரில் அவள் அறைக்குச் சென்ற ஜமீந்தாருக்கு அதிர்ச்சி காத்திருந்தது. அவளின் சொந்த உடைமைகள் பெட்டிகளில் அடைக்கப்பட்டு பயணிப்பதற்குத் தயார் நிலையில் இருந்தன. அதுவரை ஜமீந்தார் அளித்த பொன்னும் மணியும், மற்ற பொருள்கள் அனைத்தும் தனியாக ஒரு மேசையின் மேற்புறம் பரத்தி வைக்கப் பட்டிருந்தது.

தரையில் மண்டியிட்டு இரு கைகளையும் கூப்பி காத்ரினா, ஜமிந்தாரை வரவேற்றாள். கன்னங்களில் கண்ணிர் பெருக்கெடுத்-தோடியது. உணர்ச்சிகளுக்குப் அப்பாற்பட்ட மாமனிதரான ஜமீந்-தார் சிவச்சந்திர மார்த்தாண்ட சேதுபதி, சட்டென்று நிலைமை-யின் தாக்கத்தை முழுமையாக புரிந்துக் கொண்டு, துரித கதியில் செயலில் இறங்கினார்.

தன் முன்னால் மண்டியிட்டபடி முகத்தை மேல் நோக்கி உயர்த்தி, தீர்க்கமாகத் தன்னை பார்த்துக் கொண்டிருந்தவளின் இரு தோள்களையும் பற்றி எழுந்து நிற்கச் செய்தார். பிறகு அவளை நடத்திச் சென்று ஒரு இருக்கையில் அமர்த்தினார். காதரீனாவின் கன்னங்களில் வழிந்தோடிக் கொண்டிருந்த கண்-ணீரை தன் மேல் அங்கியால் பதவிசாகத் துடைத்தார். பெட்-டிகள் அனைத்தையும் ஒவ்வொன்றாகத் திறந்து அவைகளில் இருந்த துணிமணிகளையும் மற்றப் பொருட்களையும் எடுத்து அலமாரிகளிலும் மற்ற தகுந்த இடங்களிலும் வைத்தார்.

ஜமீந்தாரின் செய்கைகளைக் காதரீனா கண்கொட்டாமல் பார்த்தாள். அவருக்கு உதவி செய்யும் எண்ணத்தில் எழுந்திருக்க முயன்றவளை வலுக்கட்டாயமாக இருக்கையில் அமர்த்தினார். தனக்கு அவர் தெரிவிக்க எண்ணும் செய்தியினை ஒரு வார்த்தை பேசாமல் செய்கைகளின் மூலமாகவே மட்டும் அறி- வித்ததை வெகுவாகப் ரசித்தாள்.

தனக்கும் பாவமன்னிப்பு கிடைத்ததை உணர்ந்தாள் எடுத்த முடிவினை முற்றிலுமாக துறந்துவிட்டதையும் ஜமீந்தாரின் ஆணைக்கு அடிபணிவதையும் தெரிவிக்கும் வகையில் புன்னகை ஒன்றை உதிர்த்தாள்

அவள் அடக்கி வைத்திருந்த அழுகை இப்போது பீறிட்டுக் கிளம்பியது. இரு கைகளாலும் முகத்தை மூடிக்கொண்டு பெரி- தாக விம்மத் தொடங்கினாள். அவள் அருகில் வந்து நின்றார் ஜமீந்தார். அவருடைய விசால நயனங்களில் கண்ணீர் ததும்பி ஆறாகப் பெருகியது. தாம் ஜமீந்தார் என்பதையும் மற்றவர்கள் நம்மை கவனிப்பார்கள் என்பதையும் உணர்ந்து. சட்டென திரும்பி அங்கிருந்து வேகமாகச் சென்றுவிட்டார்.

அத்தியாயம்- 7

ஜமீந்தார் சிவச்சந்தர மார்த்தாண்ட சேதுபதி மற்றும் எலீசா காத-ரீனாவுக்கும் இடையே இருந்த மாயத்திரை விலகி புதிய நட்-புப் பாலம் ஒன்று உருவானது. திறந்த மனதுடன் இருவரும் கருத்து மற்றும் கலாச்சாரப் பரிமாறங்கள் செய்துக் கொண்டனர். இராமாயணம், மஹாபாரதம், போன்ற இதிகாசங்களையும், தமிழ் வளர்த்த மூவேந்தர்களைப் பற்றியும் விரிவாக எடுத்துரைப்பார் ஜமீந்தார்.

இந்து தர்மம், இந்திய பண்பாடு மற்றும் கலாசாரத்தைப் போற்றிப் புகழ்வாள் காதரனா. பாரம்பரியமும் வீரமுமிக்க இந்திய மக்கள் தங்களுக்குள் ஒற்றுமை இல்லாததால் ஆங்கிலேயர்களி-டம் அடிமைப்பட்டுக் கிடக்கும் அவலநிலை நீங்கி விரைவில் சுதந்திரம் பெறுவார்கள் என நம்பிக்கைத் தெரிவித்தாள்.

இடையிடையே இவர்களின் உரையாடல்களில் மூன்றாவதாக ஒருவர் கலந்து கொள்ளவார். அவர்தான் ஜமீந்தாரிணி ராணி வசந்தாதேவி. மேற்கு திசை நாடான கொடுங்கல்லூர் அரசர் பரமேஷ்வர வர்மனின் இளையமகளாக பிறந்தவள் வசந்தாதேவி.

மலையாளம் அவளது தாய்மொழி. படிப்புடன் கூடி பல கலைகளையும், மாற்று மொழியான தமிழையும் சிறுவயதிலேயே கற்றுத் தேர்ந்தவள். பூரம் திருவிழா காண திரிசூர் மாஹராஜா-வின் அழைப்பினை ஏற்று, தன் பரிவாரங்களுடன் சென்றிருந்-தார் ராஜா பரமேஷ்வரர்.

கத்திச்சண்டை, வில்லம்பு, குதிரையேற்றம், மல்யுத்தம், களரி, போன்ற வீர விளையாட்டுப் போட்டிகளும் திரிசூர் பூரத் திரு- விழாவின் போது நடைபெற்றன. இவற்றில் பங்கேற்று வெற்றிகள் பலக் குவித்த சமயநல்லூர் இளைய ஜமீந்தார் சிவச்சந்திரனைச் சந்திக்கும் பேறு பெற்றாள் வசந்தாதேவி. இந்தச் சந்திப்பு, பின்- னர் இவர்களின் இனிய திருமணத்தில் முடிவுற்றது.

பல நாட்களாக மனதை உறுத்திக்கொண்டிருந்த கேள்விகளை ஜமீந்தாரிடம் ஒரு நாள் கேட்டேவிட்டாள் காதரீனா. முன்பு, தான் விரித்த ஆசைவலையில் சிக்காமல் ஐம்புலன்களையும் அடக்கி உறுதியாக இருக்க முடிந்ததன் ரகசியம்தான் என்ன? ஆண்மையைக் குறை கூறி, கீழ்த்தரமாகத் தான் பேசிய பின்பும் அமைதி காத்த பண்பு எங்கிருந்து வந்தது? நடந்த சம்பவங்க- ளைப் பற்றிய விவரங்கள் அறிந்திருந்தும் ராணியாரால் எப்படி தன்னிடம் இயல்பாகப் பழக முடிகிறது?

ஜமீந்தார் புன்முறுவலுடன், அனைத்திற்கும் விளக்கம் தந்- தார். இராமாயணத்தின் நாயகனான ஸ்ரீராமச்சந்திர மூர்த்தி உயரிய பண்புகள் அனைத்தும் உடையவர். அதில் ஒன்று ஏக பத்தினி விரதம். சாதாரணமாக அரசர்கள் சிற்றின்ப ஆசைக்கு அடிமையாகி பலதார மணத்தில் ஈடுபடுவர். அனேகம் பெண்- களை அந்தப்பரத்தில் அடைத்து வைப்பர். சந்ததிப் பெருக்குக்- காக இதைச் செய்வதாக காரணம் கற்பிப்பர்.

ஸ்ரீராமனின் கொள்கையை பின்பற்றி நடந்த, புகழ்ப் பெற்ற அரசர் ஒருவர் உண்டு. ஆயிரத்து இருநூறு ஆண்டுக்களுக்கு முன்பு காஞ்சீபுரத்தை தலைநகராக கொண்டு ஆட்சி புரிந்த சக்- ரவர்த்தி, மாமல்லன் என்கிற நரசிம்மபல்லவன் தான் அவர்.

காலம்காலமாக இந்த ஏகப்பத்தினி விரதத்தை எங்கள் முன்- னோர்கள் கடைப்பிடித்து வந்திருக்கிறார்கள். தானும் அவர்கள் வழி நடப்பதோடு இனிவரும் சந்ததியரும் பின்பற்றுவர். ஏகப் பத்தினி விரதத்தில் வேறொரு கோட்பாடும் உண்டு. தாய், சகோ- தரி, மனைவி, மகள் ஆகியோரைத் தவிர மற்ற பெண்களை ஏறெடுத்தும் பார்க்கலாகாது என்பதுதான் அது. அரண்மனைக்- குக் குடிபுகும் மருமகள் அனைவரும் புகுந்த வீட்டின் பெருமை- களையும் நன்கு அறிவர்.

இருதயத்தில் வைத்துத் தினமும் பூஜிக்கும் ஏசுநாதரின் இரு புறங்களிலும் ஸ்ரீராமரையும் ஜமீந்தாரையும் காத்தரீன் குடியேற்-றினாள்.

இந்த சுமுக வாழ்க்கை அதிக நாட்கள் நீடிக்கவில்லை.

அத்தியாயம்- 8

உதவி கலெக்டர் ஜிம்மி ராட்டிரிக்ஸ், காதரீனாவை நகரத்துக்கு வந்து அரசாங்க விருந்தினர் மாளிகையில் சில நாட்கள் தங்கிச் செல்லுமாறு அழைப்பு விடுத்திருந்தான்

திருநெல்வேலி ஜில்லாவில் பணிபுரியும் ஆங்கில உத்தியோ-கஸ்தர்களில் சிலர் கிருஸ்துமஸ் பண்டிகையைக் கொண்டாட இங்கிலாந்து செல்வதாகவும் அவர்களைக் கண்டு பேசவும், ஜாமீந்தாரிடமிருந்து பெற்ற ஐஸ்வரியங்களை இவர்கள் மூலமாக லண்டனில் இருக்கும் காதரீனாவின் குடும்பத்தாரிடம் பத்திரமாக சேர்ப்பிக்கவும் இது ஒரு நல்ல வாய்ப்பு. ஆகவே அவைகள் அனைதையும் கொண்டு வருமாறு ஆலோசனை தெரிவிக்கப்-பட்டிருந்தது..

அழைப்பை ஏற்று நகரத்துக்குச் சென்ற காதரீனாவை விருந்-தினர் மாளிகையில் சேர்பிக்காமல் பலத்த காவலுடன் வேறு இடத்துக்கு கொண்டுச் செல்லப்பட்டாள். அவள் கொண்டுச் சென்றிருந்த விலை மதிக்கமுடியாத பரிசுப் பொருட்கள் யாவும் பறிமுதல் செய்ப்பட்டன.

இவளின் வருகையை எதிர்நோக்கி கோபாவேசமாக காத்தி-ருந்தான் ராட்டிரிக்ஸ். அவன் அருகில், தனக்கு ஏற்கெனவே அறிமுகமான இருவர் இருப்பதைக் கண்டு அதிர்ச்சியில் உறைந்-தாள். காதரினா, அவர்கள்... தன் அந்தரங்க பணிப்பெண்களில் ஒருவளான முத்தம்மா. மற்றது அந்தப்புரக் காவலாளி மருதய்-யன்.

கடமையையும் வாக்குதியையும் மறந்து, ஜமீந்தாரின் அடிமை-
யாகி விட்டதாக காதரீனாவை கடுமையாகச் சாடினான் ராட்டி-
ரிக்ஸ். இனி, தான் தயாரித்திருக்கும் புதிய திட்டத்திற்கு காத-
ரீனா ஒத்துழைப்பு கொடுத்தே தீரவேண்டும் என்றும், மறுத்தால்
விளைவுகள் கடுமையாக இருக்கும் என எச்சரித்தான்.

இனி, காத்ரீனா அரண்மனைக்கு திரும்பச் செல்வதற்கில்லை.
புதியதிட்டம் வெற்றி அடையும் வரை இதே இடத்தில் ஒரு
சிறைக் கைதி போல நடத்தப்படுவாள்.

ஜமீந்தார் தன்னை இழிவாக நடத்தியதாகவும் பல முறை
பாலியல் கொடுமைக்கு ஆளாக்கியதாகவும் அதன் காரணம் தன்
ஆரோக்கியம் கெட்டு பெரும் மன உளைச்சலுக்கு ஆளாகிவிட்-
டதாக கைப்பட புகார்க் கடிதம் எழுதித் தரவேண்டும்.

ஜமீந்தாரின் இவ்வகையான பாதகச் செயல்களை கண்கூடா-
கக் கண்டதாக சாட்சியம் அளிக்க காத்திருக்கிறார்கள் முத்தம்-
மாவும் மருதைய்யனும்.

திட்டத்துக்கு உடன்பட மறுத்தால் பழிச்சொல் காதரீனாவின்
பக்கம் திரும்பும். சதிக் குற்றம் சாட்டப்பட்டு, அழகு குலைந்து
எஞ்சிய நாட்களை சிறையில் கழிப்பாள். செல்லாக் காசு அவன்
குடும்பத்துக்குப் போய் சேராது. பெரும் ஆங்கிலேய் படை
சென்று ஜமீனை வெல்வதோடு ஜமீந்தாரும் கொல்லப்படுவார்.

மாறாக, திட்டத்திற்கு ஒத்துழைத்தால்,, ரகசியம் காக்கப்படும்.
ஏற்கெனவே காதரீனா பெற்றிருந்த புகழுக்கு பங்கம் வராது.
பெரும் செல்வத்துடன் இங்கிலாந்துக்கு திரும்பலாம். ஜமீந்தார்.
நாட்டை இழந்தாலும் உயிருடன் இருந்து, மாதந்தோரும் ஆங்-
கிலேயர்கள் தரும் மானியத் தொகையும் பெறுவார்.

ஜமீந்தார் உயிரோடிருக்கவேண்டும் என்கிற ஒரே காரணத்-
திற்காக, வேண்டும் போல புகார்க் கடிதம் எழுதிக் கொடுத்தாள்
காதரீனா. ஒரு அரசருக்கு எதிரான புகார் என்பதால் அது இந்-
தியாவை ஆண்டு கொண்டிருந்த பிரிட்டிஷ் கவர்னர் ஜெனரல்
லார்ட் டல்ஹவுஸி பிரபுக்கு அனுப்பப்பட்டது

அத்தியாயம்- 9

கவர்னர் ஜெனரலின் உத்தரவுக்கேற்ப திருநெல்வேலியில் தனி நீதிமன்றம் அமைக்கப்பட்டு தலைமை நீதிபதியாக ஜஸ்டிஸ் ஸ்டீபன்சன் பொறுப்பேற்றார். தீவிரக் கட்டுக் காவலுடன் அந்தப் புகழ்ப் பெற்ற வழக்கின் விசாரணை ஆயிரத்து எண்ணூற்று ஐம்பத்து ஐந்தாம் ஆண்டு டிசம்பர் ஆறாம் தினம் தொடங்கியது.

முக்கிய வாதியான காதரீனாவுக்கு நீதிமன்றத்தில் நேரடியாக ஆஜராவதிலிருந்து, வழக்கின் தீவிரம் கருதி, விலக்கு அளிக்கப்பட்டிருந்தது. நீதிபதிகள் நேரடியாக காதரீனாவின் இருப்பிடம் சென்று வாக்குமூலமும் சத்திய பிரமாணமும் பெற்றுக்கொண்டனர். காதரீனாவின் பாதுகாவலன் என்கிற பசுத்தோல் போர்த்தியபடி காதரீனாவை நீதிபதிகள் சந்தித்த போது ராட்டிரிக்ஸ் உடன் இருந்தான்.

நிமிர்ந்த நடையும் நேர்ப் பார்வையுமாக கம்பீரமாக நீதி மன்றத்தில் நுழைந்தார் சிவச்சந்திர மார்த்தாண்ட சேதுபதி. கைதிக் கூண்டில் அவராகவே சென்று நின்றார். பிறகு சிரம் தாழ்த்தி நீதிபதியை வணங்கினார்.

தாக்கல் செய்யப்பட்டிருந்த குற்றப் பத்திரிகை சிரஸ்தாரால் கணீர் என வாசிக்கப்பட்டது, குற்றத்தை ஒப்புக்கொள்கிறாரா அல்லது மறுக்கிறாரா என்று நீதிபதி கேட்டதற்கு மவுனம் சந்தித்தார் ஜமீன்தார். மீண்டும் கேட்டதற்கு மவனமே பதிலாக வந்தது.

சாட்சிக் கூண்டிலேறி முத்தம்மாவும் மருதய்யனும் சாட்சியம் அளித்தனர். காதரீனா நல்ல குணவதியென்றும், பிள்ளைகளுக்கு முறையாக படிப்புச் சொல்லிக் கொண்டிருந்த சிறந்த ஆசிரியை- யான காதரீனாவை ஜமீந்தார் பாலியல் கொடுமை செய்ததைக் கண்ணால் கண்டதாகக் கூசாமல் பொய் சாட்சியம் கொடுத்தனர்..

அரண்மனையிலிருந்து தப்பி, கலெக்டரிடம் சரணடைய தாங்- கள் காதரீனாவுக்கு உதவி செய்ததாகவும் கூறினர்.

வழக்கு மற்றொரு நாளுக்கு ஒத்திவைக்கப்பட்டது. மீண்டும் வழக்கு மன்றம் கூடியது. எதிர் வழக்காடவோ, சாட்சிகளையோ அல்லது காதரீனாவையோ வழக்கு மன்றத்துக்கு வரவழைத்து குறுக்கு விசாரணை செய்ய விருப்பமில்லை என்பதை மவுனம் சாதித்ததன் மூலம் தெரியப்படுத்தினார் ஜமீந்தார். மறுநாள் தீர்ப்பு வழங்கப்படும் என அறிவித்தார் நீதிபதி.

சட்ட வல்லுனர்கள், தீர்ப்பு எப்படி இருக்கப்போவது என்பதை துல்லியமாகக் கணித்துவிட்டனர். ஜமீந்தார் குற்றவாளி என அறிவிக்கப்படுவார். ஆயுள் தண்டனை விதிக்கப்பட்டு அந்தமான் தீவிலுள்ள சிறையில்,அடைக்கப்படுவார். ஜமீன பறிக்கப்பட்டு பிரிட்டிஷ் ராஜ்ஜியத்துடன் இணைக்கப்படும். குடும்பத்தார் அனைவரின் சொத்துகள் பறிமுதல் செய்யப்படும்.

அன்று மாலை ஜமிந்தார் கால் நடையாகவே தங்கள் குல- தெய்வமான சங்கரன் கோவில் சிவபெருமான் சங்கரநாராயண- னைத் தரிசிக்கச் சென்றார். நாகசுனை தீர்த்த்தில் முழுகி உடம்- பில் நீர் சொட்டச் சொட்ட சன்னிதானத்தில் இரவு முழுவதும் தியானத்தில் அமர்ந்துவிட்டார். மறுநாள் காலை சுயநினைவுப் பெற்று நேராக நீதிமன்றத்தில் ஆஜரானார்.

பாதுகாப்பாகக் காதரீனா வைக்கப்பட்டிருந்த இடத்தை இரவு நேரங்களில் காவல் புரிந்தான் காத்தப்பன். அவன் மனைவி, கலெக்டர் அலுவலகத்தையும், சிறப்பு நீதிமன்றத்தையும் சுத்தம் செய்யும் பணியில் இருந்தாள். வழக்கின் போக்கை காத்தப்பன், தன் மனைவி மூலம் அறிந்து காதரீனாவிடம் தெரிவிப்பான். ராட்டிரிக்ஸ் தன்னை வஞ்சித்துவிட்டதை காதரீனா உணர்ந்தாள்.

அத்தியாயம்- 10

நீதிமன்றம் கூடியது, நீதிபதி தன் தீர்ப்பை வாசிக்க முற்பட்டார். அப்போழுது மன்றத்தின் வாயிலில் சலசலப்பு ஏற்பட்டது. கட்டுக் காவலையும் மீறி புயலென உள்ளே நுழைந்தாள் காதரீனா..

அவளைத் தன் தோள்களில் சுமந்து வழக்கு நடக்கும் இடத்துக்குக் கொண்டுச் சென்றவன், காவலாளி காத்தப்பன். உண்மையான காத்தப்பன் இரவுப் பணி முடித்த களைப்பில் வீட்டில் உறங்கிக் கொண்டிருக்கும்போது மற்றொரு காத்தப்பனாக வந்தது யார்?

காதரீனா விரைவாகச் சென்று நீதிபதியிடம் சரணடைந்தாள். நடந்த உண்மைகளை விவரித்தாள். ராட்டிரிக்ஸின் சதியை அம்பலப்படுத்தினாள். ஜமீந்தார் குற்றமற்றவர் எனத் தீர்ப்பளிக்குமாறு வேண்டினாள், தண்டனையை தனக்கு அளிக்குமாறு கோரிக்கை விடுத்தாள். நீதிமன்றத்தில் பெரும் நிசப்தம் நிலவியது.

தீர்ப்பு திருத்தப்பட்டது.

சகல கௌரவங்களையும் திரும்பப் பெற்று வழக்கிலிருந்து ஜமீந்தார் விடுதலையானார். தன்னிடமிருந்து பறிக்கப்பட்ட செல்வங்கள் அனைத்தையும் காதரீனா திரும்பப் பெற்றாள். ஜமீன் மக்களையும், ராணியார் மற்றும் ஜமீன் வாரிசுகளையும் மறுபடியும் சந்திக்க மனோபலமின்றி காத்ரீனா, ஜமீந்தாரிடம் மட்டும் கண்ணீர் மல்க விடைப் பெற்றுக் கொண்டு லண்டனுக்குப் பயணமானாள்.

காதரீனாவை தோளில் சுமந்து வந்து, தக்க தருணத்தில் நீதி-மன்றத்தில் சேர்ப்பித்த காவலாளி காத்தப்பனின் வீரமும் துணிச்-சலும் அனைவரின் பாராட்டுதலைகளையும் பெற்றது. காத்தப்பன் இறந்த பிறகு அவன் நினைவாக சிலை ஒன்று வடிவமைக்-கப்பட்டு ஊர் எல்லையில் காவல் தெய்வமாக நிறுவி, மக்கள் விழா எடுத்து, வழிபடத் தொடங்கினர்.

மன்னன் காத்தான் காத்தப்பன் கோவில், ஒரு சக்தி பிக்க வழிபாட்டுத் தலமாக இன்றும் புகழ்ப் பெற்று விளங்குகிறது.

லண்டன் திரும்பிய காதரீனா, தான் படித்த கல்லூரியிலேயே விரிவுரையாளர் பணியில் அமர்ந்தாள். அங்கு இள வயது ஆசி-ரியர் ஒருவரைச் சந்திக்க நேர்ந்தது.. அவர் வேறு யாருமில்லை. கல்லூரிப் படிப்பின்போது சகமாணவனாகயிருந்த பீட்டர் ஜான்.

ஒரு தலைக்காதலுடன் தன் பின்னால் சுற்றியவர். காதரீனா-விடம் கொண்டக் காதலால் வேறு யாரையும் கல்யாணம் செய்துக் கொள்ளாமல் இருக்கிறார். தன் நினைவாகவே பீட்டர் இருப்-பதை அறிந்த காதரீனா நெஞ்சுருகிப்போனாள். அவரேயே திரு-மணமும் செய்துக் கொண்டாள்.

தன் வாழ்க்கைச் சரிதத்தையும் இந்தியப் பயணம் குறித்த செய்திகளையும் இணைத்துப் புத்தகமாக வெளியிட்டாள்.

பிரிட்டிஷ் அரசாங்கம் இந்த புத்தகத்துக்கு இடைக்காலத் தடை விதித்தது. ஜமீந்தார் வழக்குப் பற்றிய பகுதியை நீக்கி-விட்டால் வெளியிடத் தடையில்லை என அறிவித்தது. காதரீனா மறுத்துவிடவே தடை. முழுவனுமானது.

விற்பனைக்குத் தயாராக இருந்த பல்லாயிரக் கணக்கான பிர-திகள் தீயிட்டுக் கொளுத்தப்பட்டன. ஜமீந்தாருக்கு அவள் கடை-சியாக எழுதியக் கடிதத்தில் இவ்வாறு குறிப்பிட்டிருந்தாள்.

*இனி நம்மிடையே சந்திப்பு என ஒன்று மறுபடியும் நிகழப் போவதில்லை

பிற்காலத்தில் நம் சந்ததியர்களிடையே அது ஏற்படலாம்'':

ஆம்... காத்தரீனோவின் கனவு நிறைவேறக்கூடும். யார் கண்-டார்கள்!